என்னுடைய போதி மரங்கள்

மு. மேத்தா

கவிதா பப்ளிகேஷன்
தபால் பெட்டி எண் : 6123
8, மாசிலாமணி தெரு, பாண்டி பஜார்,
தி. நகர், சென்னை - 600 017.
℡ 2436 4243, 2432 2177

நன்றி

❍ ஆனந்த விகடன் ❍ கல்கி ❍ குங்குமம் ❍ அமுதசுரபி ❍ தாய் ❍ சினிமா எக்ஸ்பிரஸ் ❍ தங்க கருடன் ❍ மாலை முரசு ❍ ஜனரஞ்சனி ❍ தமிழமுது ❍ தமிழரசு

விலை : ₹ 50/-

ISBN : 978-81-8345-457-5

Pages : 96

❍ ENNUDAYA BHOTHI MARANGAL - A Verse Libre collection in Tamil by Mu. METHA ❍ Copyright: Thirumathi MALLIKA METHA ❍ First Edition : December-1987 ❍ Second Edition : November-1989 ❍ Third Edition : July-1992 ❍ Fourth Edition : May-1999 ❍ Fifth Edition : July-2000 ❍ Sixth Edition : September-2005 ❍ Seventh Edition : October-2008 ❍ Eighth Edition (Kavitha) : December-2014 ❍ *Published by:* KAVITHA PUBLICATION, Post Box No. : 6123, 8, Masilamani Street, Pondy Bazaar, T. Nagar, Chennai - 600 017. ✆ 2436 4243, 2432 2177, Telefax: 044-2436 4243, E-mail : kavitha_publication@ yahoo.com, website : www.kavithapublication.in ❍ DTP Design by : S.Asokkumar ❍ Printed at : Repro India Limited, Navi Mumbai.

இந்தப் பதிப்புரை வாசகர்களுக்காக...

(முதற்பதிப்பில் வெளிவந்தது)

...**உ**லகப்போர் முடிந்திருக்கிறது. அணு ஆயுதப் பிரயோகத்தால் தாவர வர்க்கமே அற்றுப் போயிருக்கிறது. சில காலம் கழித்து, தனியே ஒரு தீவில், பட்டுப்போன பூமியைக் கீறிக்கொண்டு ஒரு துளிர் எட்டிப் பார்க்கிறது.

போரின் அழிவிலிருந்து தப்பிய இளைஞனொருவன் கண்ணில் அது படுகிறது. வார்த்தைகள் கறைப்படுத்த முடியாத அவனது பொங்கி வரும் களிப்பை ஒரு Tight closs up இல் நமக்குக் காண்பித்து விட்டு காமிரா மெல்லப் பின் நோக்கி நகர்கிறது...

கவியரசர் மு. மேத்தாவின் இந்தப் புதிய தொகுதியை வாசித்தபோது, சமீபத்தில் பார்த்த இந்தத் திரைப்படக் காட்சியே பளிச்சென்று மனதில் வந்தது. 'கவிதை என் கைவாள்' என்று கே.சி.எஸ். சொன்னாலும் சொன்னார், அவரவர்களுக்கு கையில் நகத்திற்குப் பதில் கவிதைகளே வளர்ந்தன. கடந்த மூன்றாண்டுகளில் பல்கிப் பெருகிய புதுக் கவிதைப்

பெருக்கத்தைப் பார்த்து வாசகர்கள் பயந்து போனார்கள். 'சமூகப் புரட்சிக்கான ஒரு ஆயுதம் இந்தப் புதுக்கவிதை' என்று கணித்தவர்கள் கூட, இந்த ஆயுதப் பெருக்கத்தைக் கண்டு மருந்தே ஒரு நோயாகிப் போயிற்றே என்று பெருமூச்செறிந்தார்கள். திசை மாறிக் கொண்டிருந்த கவிதை நதிக்கு அணை போட முயன்ற மேத்தா போன்றோரும் கண்டனக் கணைகளுக்கு உள்ளானார்கள்.

கௌரவர்கள் வென்று பாண்டவர்களை 'டெபாசிட்' இழக்க வைக்கிற ஜனநாயக காலமல்லவா, இது! சொல்லடுக்குக் கொத்தனார்களும் இரவல் கருத்துக் கவிஞர்களும் எழுப்பிய வார்த்தைப் புழுதிப்படலம் ஓய்ந்த நிலையில் ஈராண்டுகளாக மௌனித்திருந்த மேத்தாவின் கவிதைத் தொகுதி வெளிவருகிறது.

இந்தத் தொகுதியின் தலைப்புக் கவிதையில் ஓர் ஆழ்ந்த சமூக பிரக்ஞை இருக்கிறது என்றால், தொடரும் சில கவிதைகளில் பிரபஞ்சம் தழுவிய ஒரு கவிதை நோக்கு முற்றாக மலர்ந்திருக்கிறது.

புதுக்கவிதை ரசனையாளர்களுக்கு இத்தொகுதி இழந்து போன சந்தோஷத்தை மீட்டுத் தரும். புதுக்கவிதையின் முகிழ்ச்சிக்குக் கட்டியம் கூறிய கவியரசரின் கவிதைகள். இப்போது அதன் மறுமலர்ச்சிக்குக் காப்புப் பாயிரத்தை வாசித்திருக்கின்றன.

இனி, இதன் திசையை நிர்ணயிக்கப் போகும் உங்களுக்கும், கவியரசர் மேத்தாவுக்கும் எங்களது நன்றி.

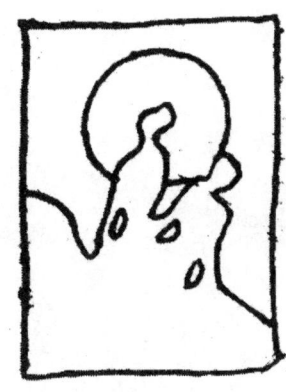

ஒரு மௌனத்தின் மொழி பெயர்ப்பு

கடலில் ஒரு சிறு படகு
 கரை தெரியவில்லை...
கவிதை எனும் துடுப்பிருக்கு
 அலை விலகவில்லை!

அருகினிலே மனிதர் பலர்
 முகம் தெரியவில்லை...
அறிமுகங்கள் பல இருந்தும்
 அறிந்த முகம் இல்லை!

நான் போட்ட பாதைகளில்
    நடைபோட்டோர் உண்டு!
நடை போட்ட பலரெனக்குத்
    தடை போட்டார் இன்று!

பழுத்ததெல்லாம் நான் கொடுத்தேன்
    பலன் தெரியவில்லை...
பறித்தெடுத்த கைகளுக்கென்
    விலை தெரியவில்லை!

அடித்தவரின் கை வலிக்கு
    நான் மருந்து போட்டேன்...
அடிபட்ட காயங்களை
    நான் காட்ட மாட்டேன்!

ராத்திரியில் கூடுகிற
    ராஜ சபை நூறு...
வெற்றிகளும் நியாயங்களும்
    விடிந்தவுடன் வேறு!

இலைகளிலே தீப்பிடித்தும்
    மரம் கருகவில்லை...
கிளைகளிலே பல பறவை
    நிலை தெரியவில்லை...!

என் நிழலை நம்பியுள்ள
    இளங் கிளிகள் பாவம்...
எனக்குள்ளே நானெரிந்தால்
    இவை எங்கு போகும்...?

சொற்பொழிவு நிகழ்த்துகிறேன்
    நான் தரையில் நின்று!
என் பேச்சைக் கேட்பவர்கள்
    மேடைகளில் இன்று!

நாளையும் நான்...

இன்னும்
மீதமிருக்கிறது
எவராலும்
பறித்து விட இயலாமல்
இன்னும் மீதமிருக்கிறது...
கண் நிறையக் கனவுகளும்
நானே நினைத்தாலும்
கட்டி வைக்க முடியாத
கைகளும்

O

துப்பாக்கிக் குண்டுகளால்
துளைக்க முடியாத
தோள்களும்
பாதைகளுக்குப்
பணிந்து விடாமல்
கம்பீரமாய் நடக்கும்
கால்களும்

இன்னும்
மீதமிருக்கிறது!

O

படுக்கை விரிப்பே
பறிக்கப் பட்டாலும்
விரிந்து கிடக்கும்
வெறுந்தரை எனக்கு
மீதமிருக்கிறது!

O

எரியாத அடுப்பிலும்
இன்னும் மீதமிருக்கிறது
நெருப்பு
கோபங்களாய்!

O

தற்போதைக்கு
நான்
தனிமைப்படலாம்...
ஆனால்
இன்னும் மீதமிருக்கிறது
என்னைத்
தொடர்ந்து வரப் போகிற
தூரத்து ஊர்வலம்!

O

தீபங்களில்
எண்ணெய்
தீர்ந்து போகலாம்...

ஆனால்
இன்னும் மீதமிருக்கிறது...
என் கைவசம்
சுடச் சுட
ஒரு
சூரியன்!

குடைகளின் ஊர்வலம்

கொஞ்ச நாளாகவே
இங்கு
குடைகள் நடத்தும்
குட்டி ஊர்வலம்!

O

வானம் கிழிந்து விட்டது.
தடுமாறிப் போன
தண்ணீர் தையல்காரன்
வானத்தைத் தைக்காமல்
பூமியைத் தைத்தான்.

தூங்கிக் கொண்டிருந்த
தோகையாம் பூமியைத்
துளைத்தன ஊசிகள்!

காயம் பட்ட பூமியின்
கண்ணீரும் ரத்தமும்
இன்னும்
தேங்கிக் கிடக்கிறது
தெருவெல்லாம்!

நகரத்துக்குள்- கடல்
நடந்து வந்த மாதிரி
வீதியெல்லாம்
வெள்ளம்...

O

அடைத்து வைத்த அணைக்கட்டை
அவிழ்த்து விட்டவர்கள் யார்?
வானப் பானையில்
பிடித்து வைத்த தண்ணீரைக்
கவிழ்த்து விட்டவர்கள் யார்?

பாதைகள் ஓடைகளாய்...
மேகங்கள் சேனைகளாய்...
தடுக்கவே முடியாத
தண்ணீரின் படையெடுப்பு!

இப்போது
வாழ்க்கை இங்கே
உயிர்களின்

வரவு செலவு கணக்கை
வாசித்துக் கொண்டிருக்கிறது

O

பள்ளிக் கூடங்கள் எல்லாம்
படிக்கப் பயன்பட்டது போய்
ஏழைகள் இப்போது
படுக்கப் பயன்படுகின்றன.

O

சாலைகள் இப்போது
குண்டும் குழியுமாய்...
ஒப்பனை கலைக்கப்பட்ட
நடிகைகள் மாதிரி
காண்ட்ராக்டர்களின்
கதை சொல்கின்றன

O

குவளை நீருக்காகக்
கவலைப்பட்டது போய் – இப்போது
தண்ணீரைப்
பார்க்கவே
பயமாக இருக்கிறது.

O

இந்தத் தண்ணீர்
சுட்டெரிக்கும் நெருப்பை
நல்லவனாக்கிவிட்டது.

ஆமாம்
நெருப்பு
நெருங்கியதுமே தண்டித்து விடுகிறது.

தண்ணீர்தான்
தட்டிக் கொடுத்தும்
தழுவியணைத்தும்
கடைசியில் தனது
கைவரிசையைக் காட்டுகிறது!

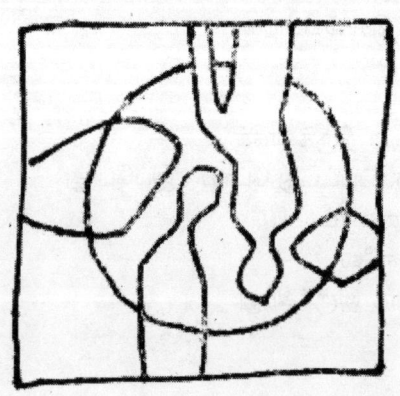

ஒரு கவிஞனின் கதை...

ஒரு பாடகன்
தன் கதையைச்
சொல்கிறான்...
ஒரு பக்தன்
தன் விருப்பமான தெய்வத்துடன்
விவாதம் புரிகிறான்!

○

உரத்துச் சொல்லப்படுகிறது
என் கவிதை
என்னை
ஊமையாக்கி விட்டு!

○

என்
இரவுகளுக்குத் தெரியும்
எப்படி நான்
உருகினேன் என்று!

என்
பகல்களுக்குத் தெரியும்
எப்படி நான்
கருகினேன் என்று!

என்
உணர்வுகளுக்குத் தெரியும்
எப்படி நான்
எழுதினேன் என்று!

O

நானொரு
ரகசியமாய் வாழ்ந்திருந்தால்
ராஜாங்கம் கிடைத்திருக்கும்!
திறந்த புத்தகமாகவே
இருந்ததால்
தெருவில் கிடக்கிறேன்.

O

வெற்றிகளுக்கு
என்
விலாசம் தெரியவில்லை...

வேதனை மட்டும்
குட்டி போட்ட
பூனை மாதிரி
என்னையே
சுற்றிச் சுற்றி
வருகிறது!

O

ஓட்டப் பந்தயத்தில்
என்னை
ஓடச் சொல்லி விட்டு
நீங்கள் ஏன்
என்னுடைய
தோள்களைப் பிடித்துத்
தொங்குகிறீர்கள்...?

O

என்னைத்
தட்டிக் கொடுப்பதாக
பாவனை பண்ணியவர்களெல்லாம்
எப்போது என்னைத்
தட்டி விடலாமென்று
தருணம் பார்த்துக் கொண்டிருந்தார்கள்!

O

கல்லூரி வாழ்க்கையில்கூட
நான்
மாறுவேடப் போட்டி எதிலும்
கலந்து கொண்டதில்லை!

அதனால் தான்
இவர்கள் போடும்
பொய்யான வேடங்களைப்
புரிந்து கொள்ள முடியவில்லை!

O

ஒரு தீபத்தைப் போல
நான்
எரிந்து கொண்டிருக்கிறேன்...
இருட்டு என்னை
எதிரியாய்க் கருதி
கட்டாயம் அணைத்து விடுமாறு
காற்றுக்குக்
கடிதம் போடுகிறது...

O

என் தேசத்துக்காக
நான்
போராடப் போனேன்...

வெற்றியோடும்
விழுப் புண்களோடும்
திரும்பிய போது

நன்றியுணர்வுள்ள
என் தேசம்
என்னை
நாடு கடத்தியிருந்தது!

என் படைப்புகள்
மலர்களாய் முளைத்தன
என் வாழ்க்கையோ
இலைகளாய் உதிர்ந்தது...
கிளைகள் என்னைக்
கேலி செய்தன:

"ஒட்டிக் கொள்ளத்
தெரியா விட்டால்
நீ எப்படி
உருப்பட முடியும்?"

○○○

இது வேறு கதை

நாளைக்கு வா...
கதை சொல்கிறேன்
இன்று என்னிடம்
கைவசமிருக்கும்
கதைகளெல்லாம்...
கண்ணீரும் ரத்தமும்
கலந்த கதைகள்!

நாளைக்கு வா
சென்ற கதை சொல்லுகிறேன்...
ஒன்று பட்டு நாங்கள்
வென்ற கதை சொல்லுகிறேன்!

நாளைக்கு வா!
கதை சொல்கிறேன்...

கணக்கு

எத்தனை தடவை
கொள்ளையடிப்பது...
ஒரே வீட்டில்
உன் கண்கள்!

வழக்கு

குலுங்கிப் போகிறேன்
நான்!
எவர் என்னை
எடுத்துப் போட்டது...
உன்
இதய உண்டியலில்?

இரவல் முகங்கள்

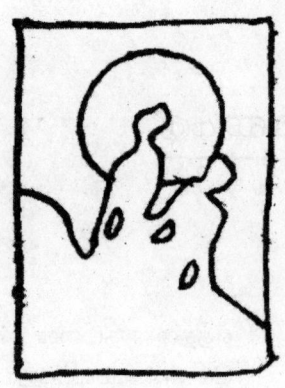

கண்ணாடி முன் நின்று
கர்வம் நீ கொள்ளாதே!

பரவசம் கொண்டு நீ
பார்க்கும் உன் முகத்தினிலே
உன்னுடைய அடையாளம்
ஒன்றேனும் தெரிகிறதா...?
கண்ணாடி முன் நின்று
கர்வம் நீ கொள்ளாதே!

O
இரவல் முகத்தினிலா
நீ
இறுமாப்புக் கொள்கின்றாய்...?

இது உனது
சொந்த முகந்தானா?
சோதித்துப் பார்த்துக்கொள்...

தந்தை சொத்தில்
தளதளப்புப் பெற்று
வந்த முகத்திலா
மகிழ்ச்சி அடைவது?

O

யாரோ பெரியவர்கள்
ஆதரவாய் அமைந்ததனால்
ஊரார் மதிக்க நீ
ஒட்டி வைத்த முகமெல்லாம்
உன்னுடைய முகமென்றே
ஒரு நாளும் ஆகாது!

இன்னொருவர் இடுப்பில்
ஏறி அமர்ந்து கொண்டு
பாதையைக் கடந்ததற்குப்
பாராட்டு விழா எதற்கு?

O

அடுத்தவர்கள் உனக்கு
அளித்த முகம் காட்டி
நடித்தனால் வாழ்க்கை
நாடகத்தில் நலம் பெறலாம்

என்றாலும்
நிமிர்ந்து தலை நிமிர்த்தி
நிற்பதற்கு உனக்கென்ன
உரிமை இருக்கிறது?
உன்னுடைய தொன்றுமில்லை...

உன்னுடைய முகத்தை
உன் உழைப்பால் உருவாக்கு!
உனக்கென்றோர் முகவரியை
உயிர் கொடுத்தும் உனதாக்கு!

OOO

என் இனிய விருந்தினனே!

காலமே! வா இங்கே
கை குலுக்க...
கறை படிந்த மனதுகளின்
பொய் வெளுக்க...

கனிவோடு கீழ் வானம்
புன்னகைக்க...
கலங்காமல் என் வழியில்
நான் நடக்க...

காலமே வா இங்கே
கை குலுக்க!
கறை படிந்த மனதுகளின்
பொய் வெளுக்க!

○

மனதுகளில் என் கவிதை
விதை விதைக்க
மறுக்கின்ற செவிக் கதவம்
தாழ் திறக்க
ஒரு கோடிப் புது ராகம்
உருவெடுக்க
ஒவ்வொன்றும் புயலாகிப்
படையெடுக்க

காலமே! வா இங்கே!
கை குலுக்க!
கறை படிந்த மனதுகளின்
பொய் வெளுக்க!

O

நகராத மலைகூட
நகர்ந்திருக்க
நடக்காத செயல் யாவும்
நடந்திருக்க

உணர்வெல்லாம் நெருப்பாகி
உடனிருக்க
உணராத மரங்களினை
விறகெரிக்க

காலமே வா இங்கே
கை குலுக்க!
கறை படிந்த மனதுகளின்
பொய் வெளுக்க!

○

உதயத்தை எங்கெங்கோ
ஒளித்து வைக்க
உலவி வரும் கால்களுக்கு
உதை கொடுக்க

தனியுடைமைக் கொடுமைக்கு
முடிவெடுக்க
சமத்துவமும் சரித்திரமும்
விழி திறக்க

காலமே! வா இங்கே
கை குலுக்க!
கறை படிந்த மனதுகளின்
பொய் வெளுக்க!

வேளை

கைவிளக்கைத் தேடிக்
கால்கடுக்க நீ நடந்தாய்
வீட்டுக்குள் புகுந்த
பூரணச் சந்திரனைப்
புரிந்து கொள்வதற்காக...
கைவிளக்கைத் தேடிக்
கால்கடுக்க நீ நடந்தாய்!

நாளை

உலக வீதிகளில்
ஊர்வலம் போகும்
ஆயுதங்கள்...
வீடுகளுக்குள் ஒளிந்தபடி
எட்டிப் பார்க்கும்
மனிதன்...

மு. மேத்தா

உன்னிடமிருந்து ஒரு கடிதம்

உன்னிடமிருந்து வந்தது கடிதம்...
காலங்கள் நீண்டு கரைந்ததன் பின்னே
தலைமுடி நரைத்துத் தளர்ந்ததன் பின்னே
உன்னிடம் இருந்து வந்தது கடிதம்!

ஆசை விழிகளால் அதனைத் தீண்டினேன்
பதினாறு வயதுப் பார்வைகளோடு!

O

என்னுடைய எழுத்தையே மாற்றிய உனது
கையெழுத்து உறைமீது காட்சியளித்தது.

உன்னிடமிருந்து வந்தது கடிதம்
காலங்கள் நீண்டு கரைந்ததன் பின்னே
தலைமுடி நரைத்துத் தளர்ந்ததன் பின்னே
உன்னிடம் இருந்து வந்தது கடிதம்!

O

"என்னுடைய பெயர்தான் எழுதப்பட்டுள்ளதா?
விலாசம் தவறி வீடு வந்ததா?
என்னுடைய பெயரில் எவரேனும் உண்டா?"

அஞ்சல்காரரை அய்யம் கேட்கிறேன்.

"முகவரி விலாசம் முழுவதும் சரிதான்...
பெற்றுக் கொள்கிறீரா? திருப்பி அனுப்பவா?"

அஞ்சல் காரர் ஆத்திரம் காட்டினார்!

O

கடிதத்தை உடனே கையில் வாங்கினேன்
உன்னுடைய எழுத்து ஊனப் படாமல்
உறையைக் கொஞ்சம் ஓரமாய்க் கிழித்தேன்!

சொர்க்கத்தின் கதவைத் திறக்கிற சாவியாய்
எனது விரல்கள் இரண்டையும் நினைத்தேன்!

புதையல் எடுத்த பூரிப்போடு
நான்காய் மடித்த வெள்ளைத் தாளைத்
தளர்ந்த கைகளால் தழுவி எடுத்தேன்!

விரித்துப் பார்த்தால்
வெறுமையாய் இருந்தது!
உள்ளே எழுதியது ஒன்றுமே இல்லை
முன்புறம் பின்புறம் இரண்டுமே வெள்ளை!

O

எதை நீ எழுத நினைத்தாய் பெண்ணே?
நினைத்தும் எதை நீ மறைத்தாய் பெண்ணே?

O

உன்னிடமிருந்து வந்தது கடிதம்!
காலங்கள் நீண்டு கரைந்ததன் பின்னே!
தலைமுடி நரைத்துத் தளர்ந்ததன் பின்னே!

OOO

நம்பிக்கை

கனவுகளுக்குச்
சலங்கை கட்டிக் கொண்டிருந்தாள்..
கால்களில்
முள் தைத்த போது!

OOO

வாழ்க்கை

யார் நெஞ்சில்
யாரோ?
யாரோடு
யாரோ?

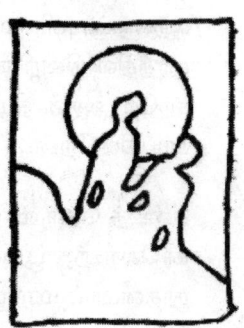

என்னுடைய போதிமரங்கள்...

1

கோடை வெய்யில் நெருப்பைக்
கொளுத்துகிற சாலையிலே
கால்கள் சிறகடிக்கக்
கண்களிலே தணல் எரிய
போகும் இடம் நோக்கிப்
போகின்றேன்...

வேகின்ற தலைக்கு
விசிறிக் குடை பிடிக்க
ஏதேனும் மரங்கள்
இருக்கிறதா தேடுகிறேன்!

ஒற்றைப் புளியமரம்
ஓரத்தில் நின்றிருக்க
சற்றே அதன் நிழலில்
சாய்கின்றேன்...

கடைத் தெருவில் ஓடிக்
காலொடிந்த பூங்காற்று
நூதனமாய் மரநிழலில்
நொண்டியடிக்கிறது...

கட்சிக் கொடிகளெல்லாம்
தலை கவிழ்ந்து கிடக்கிறது!

2

பிள்ளைச் சிரிப்பும்
பிறைமதி போல் புன்னகையும்
வெள்ளை உடையும்
வெளுத்திருக்கும் தலை முடியும்
அள்ளிக் குவித்தது போல்
அழகும் துலங்கி வர

சித்தரைப் போல் ஒருவர்
சிரித்தபடி அங்கு வந்தார்!
"புத்தரடா நான்" என்றார்
போதவிழ்ந்த வாய் மலர்ந்தார்!

"போதி மரம் போகாமல்
புளிய மரம் வந்தது ஏன்?
நின்றால் இதன் கீழே
நிழல் கிடைக்கும் என்பதன்றி
ஞானம் கிடைப்பதற்கு
மார்க்கமில்லை" என்றுரைத்தேன்!

"பார்த்தால் இளையவன் நீ
பக்குவமாய்ப் பேசுகிறாய்!
கபிலவஸ்து நகரத்தில்
கண்டதில்லை நான் உன்னை."

ஆனாலும் உன்றன்
அசைவுகளில் ஏதேதோ
ரகசியங்கள் அவிழ்வதனை
ரசிக்கின்றேன்!
உன்னிடத்தில்
உதவியொன்று கேட்கின்றேன்
என்றுரைத்தார்.

"நீங்களோ
ஆசைகளை நெஞ்சில்
அழித்தொழித்த ஞான மகான்!
நான் இங்கே"

ஆசைகளால் அன்றாடம்
அலைக்கழிக்கப் படுகிறவன்

எளியேனால் உங்களுக்கு
என்ன பயன் கிடைக்கும்?
வீணாக உம்மிடத்தில்
விவாதிக்க
நேரம் எனக்கில்லை
நெடுந்தொலைவு என் பயணம்!

தத்துவங்கள் பேசித்
தலை கால் புரியாமல்
சுத்தி வரும் ஞான
சூட்சுமங்கள் எனக்கெதற்கு?

அவசரத்தை நானுரைத்தேன்!
அய்யன் எனக்குரைத்தார்

"இருபதாம் நூற்றாண்டு
இளைஞனே! உன் கையில்
கடிகாரம் கட்டியதாய்க்
கருதுகிறாய்!
உண்மையிலே
கடிகாரமன்றோ உன்னைக்
கட்டிவைத் திருக்கிறது...
உற்றுப் பார் நீயே
உள்ளுக்குள்! முள்ளிரண்டும்
ஓடிக் கொண்டிருக்கிறதா...
உன்னைத்தான்
ஓட வைத்துக் கொண்டுள்ளதா?"

உன்னுடைய விஞ்ஞானம்
உனக்கேவல் செய்வதன்றி
உன்னையே ஆள்கின்ற
உயர்நிலைக்குப் போனதையோ!

ஆகட்டும்... நீயோ
அவசரத்தில் இருக்கின்றாய்!
என்னுடைய தேவையை நான்
இயம்புகிறேன்...

வாலிபனே! ஆயிரமாய்
வருடங்கள் போன பின்பு
பூமியைக் காண்பதற்குப்
புறப்பட்டேன்.

ஊரெல்லாம் சுற்றி
உலா வந்தேன்
மாடுகளாய் வாழ்கின்ற
மனிதர்களைக் கண்டு கொண்டே
நாடு நகர் முழுதும்
நடந்தேன் வீதிகளில்!

இல்லறத்தில் இன்பமில்லை
துறவறத்தில் உண்மையில்லை.
நல்லறத்தைப் பேண
நாதியில்லை...

பத்து மாதம் சுமந்து
பாங்காய் வளர்த்தவளை
"செத்துப் போ" என்று மகன்
திட்டுகிறான்! தாயவளோ
"உன்னைப்
பாம்பு பிடுங்க" என்று
பதறாமல் கூறுகிறாள்...

அண்ணன் தம்பியரோ
அடி வயிற்றில் குத்துகிறார்...
சொந்தம் உறவுகளோ
சொத்துக்கே சுத்துகிறார்...!

தாலிக் கயிறுகளே
தூக்குக் கயிறாகிறது!
தாம்பத்தியம் என்பதெல்லாம்
வெறுங் கனவாய்ப் போகிறது!

பொய்யே தேசத்தின்
பொது மொழியாய் மாறியது!

லஞ்சமெனும் காற்றடித்து
மாமலைகள் நடுங்குவதும்
பிஞ்சுகளின் எதிர்காலம்
பிழைபோல் ஒடுங்குவதும்
கண்டு துடித்து வந்தேன்!
கண்ணீர் வடித்து வந்தேன்!

கலிங்கம் - மானுடத்தின்
கடைசிப் போர் என்றிருந்தேன்
இங்கேயோ
புதிது புதிதாய்ப்
போர்க்களங்கள் காணுகின்றேன்...

தோரணங்கள் எங்கும்
தொங்குமிந்த நாட்டினிலே
துயரத்தின்
காரணங்கள் புரியாமல்
கலங்குகிறேன்...

ஞானம் கிடைக்க ஒரு
மார்க்கம் தெரியாமல்
நாளும் மயங்குறேன்
நண்பா!

அலையலையாய் வருடங்கள்
அழிந்து கழிந்த பின்னே
வ்ந்ததனால் எனக்கிங்கே
வழிகள் தெரியவில்லை...

அன்றொரு நாள் எனக்கு
ஞான நிழல் கொடுத்த
போதிமரம் இருக்குமிடம்
புரியவில்லை...

மகனே! நீயெனக்கு
வழி காட்டு! என்னுடைய
போதி மரம் எங்கே...
அதைக் காட்டு! என்றுரைத்தார்!

3

தேடி நடந்தோம்
திரிந்தோம் பல திசையில்!
அவருடைய போதிமரம்
அது எங்கே என்பதனைக்
கண்டு பிடிக்கக்
கடைசி வரை முடியவில்லை!

புத்தர் தளர்ந்தார்...
புன்சிரிப்பாய் நானுரைத்தேன்:

"தீபமாய் ஞானத்
திருவிளக்காய் நிற்பவரே!
இங்குள்ள
நிலைமைகளைக் கண்டுங்கள்
நெஞ்சு தவிக்கிறது!"

நீங்கள்
அடைகின்ற குழப்பமெல்லாம்
அடியேன் எனக்கில்லை!

இவ்வுலகில்
காணும் துயர்க்கெல்லாம்
காரணத்தை நானறிவேன்!

பொருளாதாரத்தில்
பொதுவுடைமை வாராமல்
சூரியனின்
வெளிச்சமும் சரியாக
விநியோகமாகாது!

உறவுகளில் கூட இங்கு
உண்மை இருக்காது!

சமூகத்தில் அனைவருக்கும்
சம உரிமை கிட்டும் வரை
சங்கடங்கள் தீராது!

வர்க்கம் இரண்டாக
வாழ்கின்ற நாள் வரைக்கும்
பூமியெங்கும்
போர்க்களமாய்த் தானிருக்கும்!
புரிகிறதா? எனக் கேட்டேன்.

4

புத்தர் பெருமான்
புருவத்தை மிக உயர்த்திப்
பார்த்தார் வெகுநேரம்...
பல விதமாய் யோசித்தார்...
கடைசியிலே அந்தக்
கருணை மகான் என்னிடத்தில்
"ஞானமிதை நீ பெற்ற
வழியென்ன?" எனக் கேட்டார்!

பெருமான் முகம் பார்த்துப்
பேசியதைச் சொல்லுகிறேன்:
"மனித குலத்தின்
மாபெரிய உத்தமனே!
வாழ்க்கை எனும் நிழலில்
வந்ததிந்த ஞானமய்யா!"

நான்
மரங்களைத் தேடி
மாநிலத்தைச் சுற்றவில்லை...
மனிதர்களைத் தேடுகின்ற
மனிதன் நான்!

நாளும் மனிதர் பலர்
ஞானம் எனக்கருள்வார்!
வாழும் முறைமைகளால்
வாழ்வை உணர்த்திடுவார்...

உம்முடைய ஞான மரம்
போதிமரம்!
எனக்கிங்கே
என்னுடைய போதிமரம்
மனிதனென எதிரில் வரும்!

கேள்விகள் ஆயிரமாய்க்
கிளர்ந்தாலும்
குழப்பம் எதுவுமென்றன்
கூட வருவதில்லை...

இங்கெனக்குத்
தேவை வரும் போதெல்லாம்
தெளிவான ஞானம் வரும்...

ஏனென்றால்
எல்லா மனிதர்களும்
என்னுடைய போதிமரம்!

நிதானம்

சூரியனைப்
பொறுத்திருக்கச்
சொல்கிறது
ஒரு
விடியற் காலத்து
விளக்கு!

சமாதானம்

வெள்ளைக் குடையை
விரித்து வைத்து
உள்ளே பார்த்தால்
ஆயிரம் ஓட்டைகள்

பாடம் தொடர்கிறது...

1

தலை வாரிப் பூச் சூட்டினேன்
கண்ணான கண்ணில்
அழகாக மை தீட்டினேன்!

பள்ளிக்கூடம் போன பிள்ளை
வீடு வந்து சேரவில்லை...

தெருவெல்லாம் துப்பாக்கிச் சத்தம் - என்
இதயத்தில் ஏனிந்த ரத்தம்

(தலை வாரி)

2

மாலை நேரம் ஆன பின்னும்
பாடம் நடக்குதோ?
ஊமையாகிப் பள்ளிக்கூடம்
மூடிக் கிடக்குதோ?

ராணுவத்தை வழியில் கண்டு
பிள்ளை திகைக்குதோ?
மாறி மாறிப் பாய்ந்த குண்டு
பட்டுத் துடிக்குதோ?

(தலைவாரி)

3

நாடு மீட்கப் போன கணவன்
கம்பிச் சிறையிலே...
காடையர்கள் தேடும் தமையன்
ஈழப் படையிலே!

கற்பைக் காக்கச் செத்த தங்கை
ரத்தம் உறையலே!
மீதியுள்ள சொந்தம் இந்தப்
பிள்ளை வடிவிலே!

(தலைவாரி)

ooo

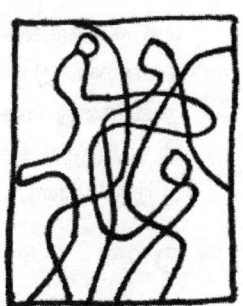

படித்து முடித்த பகவத் கீதை

புறப்படு தோழனே!
ஒவ்வொரு நாளும்
போராட்டம் தான்!
களம் மாறும் வாள் வீசும்
கை மாறும்! எதிரிகளின்
புலம் மாறும் என்றாலும்
போராட்டம் மாறாது!

O

ஒப்பந்தம் தற்காலிகமானது!
உயிரையே பணயம் வைத்து
நடத்தும்
நிஜமான போராட்டமே
நிரந்தரமானது!

கை குலுக்குகிறவர்களைப் பற்றி
கவனமாய் இரு!
அவர்களது கைகளுக்குள்
பொய் குலுங்கிக் கொண்டிருப்பதைப்
புரிந்து கொள்!

O

வார்த்தைக் கடிதங்களுக்குள்
இல்லாமல் இருப்பது
இதயத்தின் விலாசம்!
உட்கார்ந்திருப்பதோ
உதடுகளின் முத்திரை!

சூரியனும் சந்திரனும்
சுற்றிச் சுற்றி வருவது
நீ பட்ட
காயங்களையெல்லாம்
கணக்கெடுக்கத்தான்!

திடீர் திடீர் என்று
உன்னை நோக்கி
வீசப்படுவதெல்லாம்
வெடி குண்டுகள் அல்ல....
விழிப்பு மாத்திரைகள்!

அழகான புன்னகைகளை நம்பி
ஆயுதங்களைக் கீழே போடாதே!

உலகம் உன்னைத்
தாக்குவதற்காகத்தான்
தருணம் பார்த்திருக்கிறது.

உறைக்குள் வாளை
ஒரு நாளும் போடாதே!

சமாதானப் புறா
பறக்க முடியாது
துப்பாக்கி முனைகளின்
துணையில்லாமல்!

○○○

ஒரு விடுகதை கவிதையாகிறது

கால்களிலே தைக்காமல்
எங்கள்
கண்களிலே தைக்கின்ற
கடிகார முட்களே!
நீங்கள்
காலத்தின் கால்களோ?

O

ஏ! கடிகாரமே!
பேச்சை நிறுத்தாத
பெரிய மனிதனே!
குதிக்கும் உன்னுடைய
கால்களில் ஒன்று ஏன்
குட்டையாய் இருக்கிறது?

காலங்கள் தோறும்
இருந்து வருகிற
ஏற்றத் தாழ்வை
எடுத்துக் காட்டவோ?

O

பாவம்...
படிக்க எழுதப்
பழகாதவன் நீ!
என்றாலும்
சூரியனை பூமி
சுற்றி வருவதையே
சுருக்கெழுத்தில்
குறிப்பெடுக் கின்றாயே!

உழைத்தால் எப்போதும்
உயரலாம் என்பதற்கு
உதாரணம் நீ தானோ?

O
நீ
காலச் சக்கரவர்த்தியின்
கணக்குப் பிள்ளையோ?

O
கைகளில் உன்னைக்
கட்டி வைத்த மனிதர்களை

உன்றன்
கால்களால் விரட்டுகிறாய்!

O

ஓயாமல் ஒழியாமல்
உழைக்கின்றாய்
இருந்தாலும்
வசவுகள் மட்டுமே
உனக்கு
வழங்கப்படுகின்றன!

O

சுறுசுறுப்பானவர்கள்
உன்னை
'அவசரக் குடுக்கை
என்று அழைக்கிறார்கள்.'

சோம்பேறிகளோ
உன்னைத்
'தள்ளு வண்டி' என்று
எள்ளி நகைக்கிறார்கள்.

அதனால் என்ன...
கடிகாரமே நீ
கவலைப் படாதே!

உன் பெருமை
ஆகாயம் போலவே
அளக்க முடியாதது!

ஏனென்றால்
வானம் கூட
பூமிப் பெண்
கட்டிக் கொண்டிருக்கும்
கடிகாரம் தான்

அதில்
சுற்றிவரும் முட்கள்தான்
சூரியனும் சந்திரனும்!

மாறிய மதுரைகள்

ஒரே ஒரு கண்ணகி
ஊரை எரித்தாள்!
அதற்காக
ஊர்கள் தோறும்
எத்தனை கண்ணகிகளை
நீ
எரிப்பாய் நெருப்பே?

கண்ணகியாவது
கோவலனுக்காகக்
கொளுத்தினாள் மதுரையை!

இன்றைய
கண்ணகிகளின் கதையோ
பரிதாபமானது!
அவர்களைக்
கோவலர்களே வந்து
கொளுத்துகிறார்கள்!

மெழுகுவர்த்தியிடம் சில கேள்விகள்....

எத்தனை காலமாக - நீ
எரிந்து கொண்டிருக்கிறாய்?
உன் வயது உனக்கு
மறந்து போனது!

எத்தனை யுகங்களின் வெப்பம்
உன் ஒற்றை உடலில்?
உன் வாழ்க்கை உனக்கு
மறந்து போனது!

O

இருட்டை விரட்டுவதற்காக
நீ
ஏற்றப் பட்டாய்!
ஆனால்
வெளிச்சத்தை யாருக்கோ
விநியோகம் செய்கிறாய்!

O

உன்னுடைய சுடர்
உன்னை உபயோகிப்பவர்களின்
புன்னகையோ?

O

நிமிர்ந்துதான் நிற்கிறாய்...
ஆனால்
உன்னுடைய உயரம்
குறைந்து கொண்டே வருவதை
உணர்கிறாயா?

O

உருகிக் கொண்டே இருப்பவனே
நீ மற்றவர்களை
உருக்கப் புறப்படுவது எப்போது?

எரிந்து கொண்டே இருப்பவனே!
நீ- மற்றவர்களை
எரிக்கப் புறப்படுவது எப்போது?

தீபமே!
நீ எப்போது
தீயாக மாறுவாய்?

O

திருவிழாவில் என் தேசம்

சங்கீதம்
எதற்கு?
ஊர்தான்
சந்தையாகி விட்டதே!

O

வீதியில்
கடைகள் எதற்கு?
வெற்றிகரமான வியாபாரம்
இப்போது
மேடைகளில் தான்!

O

எதற்காக
அலங்கரிக்கிறீர்கள்...
இருட்டில்
இருந்து கொண்டு?

O

வார்த்தைகளால்
மோதிக் கொள்கிறார்கள்
தடித்த கைகளுக்குத்தான்
தைரியம் இல்லையே!

O

கட்டிக் கொண்டிருந்த
துணியையும் அவிழ்த்துக்
கட்சிக் கொடி ஏற்றினான்!

எல்லோரும்
கை தட்டினார்கள்..
நிஜம்
நிரூபிக்கப் பட்டதென்று!

O

திருவிழாக் கூட்டத்தில்
காணாமற் போனது
என்
தேசம்!

கிழக்கெல்லாம் கேள்வித்தாள்....

(கிழித்துக் கிழித்துப் போட்ட பிறகும் முடிந்து போகாமல், புதிது புதிதாக முளைத்துக் கொண்டே இருக்கும் தேதித்தாள் ஒவ்வொன்றும் என் கண்களுக்குத் தேர்வுத் தாளாகவே தெரிகிறது. குளம் வெட்டத்தான் புறப்பட்டேன். கை வைத்த பிறகுதான் ஒரு கடல் தோன்றுவதைக் கண்டு கொண்டேன்)

என்னுடைய தேர்வுத்தாள்!
எவர் அங்கே திருத்துவது?

எழுத்து அழகாக
இருந்தால் மதிப்பீரா?
கருத்திருந்தால் போதுமென்று
கணிப்பீரா?

இல்லையெனில்
தாள்களை நிறுத்துத்தான்
தருவீரா மதிப்பெண்கள்?

ஏதோ ஒரு பொழுதில்
எங்கோ ஓர் இடந்தனிலே
வெள்ளைத் தாள் மீது
விடை எழுதி வந்தவன் நான்!

வேள்விகளால் நித்தம்
விழித்துக் கொண்டிருந்ததனால்
கேள்விகளால் என்னைக்
கிழிக்க முடியவில்லை!

O

பகலும் இரவுமாய்ப்
பல காலம் படித்ததனைக்
குறித்த பொழுதுக்குள்
குறைவின்றி எழுதி வைத்தேன்!

நிறுத்திப் படிப்பதற்கு
நேரமுண்டா? விரைவாகத்
திருத்தி முடிப்பதிலே
தீவிரமா?

O

எழுதி நான் வைத்ததெல்லாம்
என்னுடைய வழித் தடங்கள்!
எழுத இருப்பதெல்லாம்
என்னுடைய புதுத் தடங்கள்!

இடையே நீர் போடுவிரோ
ஏதேனும் புதுத் தடங்கல்?

முன்னம் ஒரு நாளில்
மூண்டெழுந்த கோபத் தீ
இந்நேரம் பற்றி
எரியாமல் பார்த்திடுவீர்!

O

என்னுடைய தேர்வுத்தாள்!
எவரங்கே திருத்துவது?

முழுமையாய் வாசித்து
முடிவுக்கு வருவீரா?
மதிப்பெண்ணைக்
குத்து மதிப்பாகக்
கூட்டிக் கழிப்பீரா?

O

என்னுடைய எதிர்காலம்
என் பெற்றோர் நிகழ்காலம்
என்னுடைய பெண்டு பிள்ளை
இவர் காலம்
இவையெல்லாம்

இப்போது
உம்முடைய கைகளிலே
ஊர் கோலம்!

அதற்காக
சலுகைகள் நான் கேட்கவில்லை!
தகுதி தரம் தெரிந்து
சரியான மதிப்பீடு
செய்க எனக் கேட்கின்றேன்!

மதிப்பெண்கள்
கூட்டிப் போடும்படி
கோரிக்கை விடவில்லை...
நியாயமின்றிக்
குறைத்து விடுவதுதான்
கூடாது என்கின்றேன்!

என்னுடைய தேர்வுத்தாள்
எவரங்கே திருத்துவது?

கண்விழித்துக் கண் விழித்துக்
காலமெல்லாம் நான் உழைத்தேன்
என்னையே பிழிந்தன்றோ
எழுத்துக்களாய் நான் இழைத்தேன்!

உரிய மதிப்பெண்கள்
உழைப்புக்கு விழாவிட்டால்

அடித்தல் திருத்தலுக்கு
அவசியங்கள் உண்டாகும்!
மறு திருத்தல் செய்வதற்கும்
மா மன்றம் தீர்ப்பளிக்கும்!

○

என்னுடைய தேர்வுத் தாள்
எவரங்கே திருத்துவது?

திருத்திக்கொண் டிருப்பவர்க்குத்
தெரிவித்துக் கொள்கின்றேன்.

"உம்முடைய தேர்வுத்தாள்
ஒரு நாள் எம் கையில் வரும்!"

○○○

ஜெய நர்த்தனம்

கைகளில் துப்பாக்கி!
கால்களின் கீழே
சப்தமில்லாமல் மிதிபடுவது
சமாதானப் பூக்கள்!
ஒவ்வொரு நாளும்
உதிர்ந்து கொண்டிருப்பதோ...
உயிர்கள்!

OOO

நவ நர்த்தனம்

இறந்த உடல்களை
எரிக்கத்தான்
அனலே உனை நாம்
அனுமதித்தோம்!
உயிரோடு கொளுத்த
யார்
உரிமை கொடுத்தது?

OOO

புள்ளிகளுக்கு ஒரு பள்ளி

புள்ளிகளுக்கெல்லாம்
பொதுவாகச் சொல்லுகிறேன்
எல்லாப் புள்ளிகளும்
இணையானவையே!

○

பெரும் புள்ளி சிறு புள்ளி
என்பதெல்லாம் வெறும்
பெயரளவில்தான்!

○

இருக்கும்
இடத்தை வைத்துத்தான்
எந்தப் புள்ளிக்கும்
மரியாதையோடு
மதிப்பு வந்து சேர்கிறது!

○

புள்ளிகளெல்லாம்
கூடி வளையாமல்
கோலமாகுமா?

○

காற் புள்ளி அரைப் புள்ளி
என்றெல்லாம்
கதைக்காதீர்...

எத்தனை எத்தனையோ
சிறிய புள்ளிகள்
சேர்ந்திருப்பதாலன்றோ
ஒவ்வொரு பெரிய புள்ளியும்
உருவாகின்றது!

○

தேவையில்லா இடத்தில்
திரிந்தாலோ தெரிந்தாலோ
புள்ளிகள்
அடிபட்டுப்போகின்ற
ஆபத்தும் இங்குண்டு!

◯
மமதையாய் இருக்கும்
ஒவ்வொரு புள்ளியும்
தன்னைத்தான்
மையப் புள்ளியென்று
மார் தட்டிக் கொண்டிருக்கும்!

◯
எல்லாப் புள்ளிகளுக்கும்
எல்லையென ஒன்றுண்டு
அதுவும் ஒரு புள்ளிதான்
முற்றுப் புள்ளி!

◯◯◯

புதிய அகராதி

தொட்டுப் பார்த்தால்
துரோகக் கும்பலாம்!
தேசப் படங்கள்
தெரிவிக்கின்றன!

○

எட்டிப் பார்த்தால்
எதிரிகள் கூட்டமாம்!
கவச வண்டிகள்
கண்காணிக்கின்றன!

○

கைகளை அசைப்பவர்
கலகக் காரராம்
கட்சிக் கொடிகள்
கர்ஜிக்கின்றன.

○
குமுறி எழுந்தால்
குற்றவாளியாம்
அழுவதென்றாலும்
அனுமதி தேவையாம்!

○
குனிந்து நடப்பதே
தேச பக்தியாம்
நிமிர்ந்து நடந்தால்
நாச சக்தியாம்!

○
நாக்கைக் கட்டினால்
நாட்டுப் பற்றாம்
மௌனமாய் இருப்பதே
மனிதாபிமானமாம்!

○
உலையில் அரிசிதான்
பொங்க வேண்டுமாம்
ஊரில் எவருமே
பொங்கக் கூடாதாம்!

○

அவர்கள் அழித்தால்
அமைதிப் பணியாம்...
நாங்கள் துடித்தால்
ராஜ துரோகமாம்!

தமிழனே! தமிழனே!
அகராதி ஒன்று
புதிதாய் வாங்கு!
அர்த்தங்கள் புரிந்த பின்
அமைதியாய்த் தூங்கு!

பாராட்டு

காற்குளம்பு நோவெடுக்கக்
காற்றாக நான் பறக்க
மூச்சிரைக்க நுரை தள்ள
முன்னேறி நான் ஜெயிக்க...
என் மீது
பந்தயம் கட்டியவர்க்குப்
பணம் கிடைத்தது!

விளையாட்டு

அம்மா அப்பா
தங்கை தம்பி
மாமன் மைத்துனன்
மனைவி குழந்தைகள்
குடும்பமே ஒன்றாய்க்
கூடி அமர்ந்து
சீட்டு விளையாடினர்!
கட்டாக இருந்த நான்
கலையத் தொடங்கினேன்!

திசைகள் உங்களைத் தேடுகின்றன

காற்றின் கடிவாளம்
உங்கள் கைகளில்
காலக் கடிகாரம்
உங்கள் கண்களில்!

O

சிறைப்பட்ட
தேதித் தாள்களை
உங்கள்
விரல்களே வந்து
விடுதலை செய்யட்டும்!

O

உங்கள் நாக்குகள்
கொலம்பஸின்
திசை காட்டி
முனையாகட்டும்!

O

துடிப்புகளைப் பிடுங்கித்
தூர எறியலாம்
படகுக் காரனின்
கைகளை யாராலும்
கழற்ற முடியுமோ?

O

வாகனங்கள்
உம் வாழ்வில்
வராமல் போகலாம்
கடைசி வரை
உடன் வருமே...
கால்கள்!

O

தலைக்கு
கீரிடம் எதற்கு?
தலையே
கீரிடமாம்
தனக்கு!

OOO

இளமை

தண்ணீரில்
நனைந்த நிலா!
கரையருகே
அலைத் தும்மல்!

தனிமை

நிலவைப் பார்க்க
யாருக்கு
நேரமிருக்கிறது?
தெருவெல்லாம்
இங்கே
தேய்பிறைகள்!

அம்பின் அறிக்கை

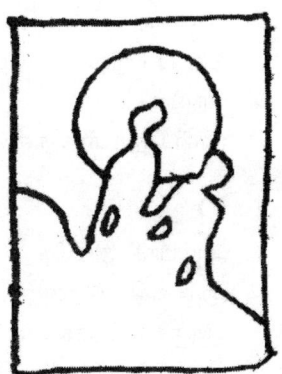

அம்பு நான்! புறப்பட்டு
ஆண்டு பல ஆகிறது!
என்னைச்
செலுத்திய வில்லிருக்கும்
திசை எனக்குத் தெரியவில்லை!
போகின்ற இடம் எதுவோ
அதுவும் புரியவில்லை!

O

காயப்படுத்தும்
கணை என்று
எனையழைப்பார்!
காயப்படுத்தவா
நான் பிறந்தேன்...?

பூமியை
நியாப் படுத்தவன்றோ
நெடும் பயணம்
நான் தொடர்ந்தேன்...

O

அம்பாகி இங்கே
அலைகின்றேன்!
அஞ்சாமல் எவ்விடத்தும்
கேள்வியாய் நுழைகின்றேன்!

என்னைச்
செலுத்திய வில்லிருக்கும்
திசை தெரியாவிட்டாலும்
அவ்வில்லை
வளைத்த கையை நான்
வணங்குகிறேன்!

ஆனாலும் அந்தக்
கை எதுவோ அது வந்து
கை குலுக்கவில்லை இன்னும்!

O

வாழ்க்கை நடக்கிறது
வழி நடந்து போகையிலே
கண்ணில் படாத சில
கைகள் எம்மைத் தடுக்கிறது!

என்னைத்
தடுத்த
கைகளினைத்
தள்ளுகிறேன்..
வெறுத்தென்னை
அடித்த கைச் சுவடுகளை
நெஞ்சுக்குள்
அள்ளுகிறேன்...

○

ஆர்ப்பாட்டம் இன்றி நான்
அமைதியாய்ச் செல்வதனால்
எனக்கு
ஆயுதம் என்கின்ற
அந்தஸ்தும் அளிக்காமல்
காகிதம் போல சிலர்
கை தொட்டுப் பார்ப்பதுண்டு!

நான் அடக்கமாய் இருப்பதனால்
என்னை மிக எளிதாய்
அடக்கம் செய்ய நினைக்கின்ற
அன்பர்களும் இங்குண்டு!

இதையெல்லாம்
கண்கள் திறந்து நான்
கவனிப்பேன்! ஆனாலும்
என்னுடைய இலக்கு

இவர்களல்ல என்பதனால்
புன்னகையை வீசி விட்டுப்
போய்க் கொண்டே நானிருப்பேன்!

○

அழைப்புகளின் கவர்ச்சியிலே
என்னை
அடகு வைக்கும் வழக்கமில்லை!
இழப்புகளைக் கண்டு சற்றும்
இதயத்தில் வருத்தமில்லை!
தொடுத்த பயணத்தைத்
தொடர்ந்து நான் செல்லுகிறேன்...
நெஞ்சில்
வெடித்த உண்மைகளை
வீதியெங்கும் சொல்லுகிறேன்!

○

என்னுடைய
வடிவத்தைப் பார்த்தே
வழிமாறிச் சென்று விடும்
தென்றலுக்கு எனைப் பற்றித்
தெரியாது என்பதனால் - அது
வருடிக் கொடுப்பதற்கு
வருவதில்லை...
அதனால் நான்
புகுந்த இடமெல்லாம்
புயல் மழையின் சினேகிதங்கள்!

போகும் வழியெல்லாம்
போராட்டம் - என்றன்
தேகத்தின் மீதே
சோகத்தின் தேரோட்டம்!

❍

காயப் படுத்துகிற
கணை என்று அழைப்போரே!
என்னுடைய நெஞ்சில்
ஏராளமாயிருக்கும்
காயத்தை யாரேனும்
கண்டதுண்டோ?

❍

காயங்களின் ரத்ததைக்
கண்ணீரால் கழுவுகிறேன்...

என்
நியாயங்களின் சத்தத்தில்
நிமிர்ந்தபடி உலவுகிறேன்!

தொற்றுநோய் போலத்
துயரம் தொடர்ந்தாலும்
நான்
சற்றும் தளராமல்
சுற்றுகிறேன்...

எனக்கெவரும்
கை கொடுப்பார் என்று
கனவுகளில் மூழ்காமல்
நானே எனக்கு
நம்பிக் "கை" யாகின்றேன்!

O

எனைப் பற்றி
விமர்சனங்கள் பற்பலவாய்
வீதி உலா வருவதுண்டு!

சிலர் என்னை
இராமன் கை அம்பென்பார்
வேறு சிலர்
காமன் கை அம்பென்று
கதை விடுவார்!

அதற்கெல்லாம்
நான்
கவலைப் படுவதில்லை!

O

கவனத்தைக் கண்களினை
கருத்தினை அனைத்தையும் நான்
பாதையின் மீதே
பதிக்கின்றேன் - என்னுடைய
பயணத்தை மதிக்கின்றேன்!

○

அம்பாகி நானிங்கே
அலைகின்றேன்! என்னைச்
செலுத்திய வில்லிருக்கும்
திசை எனக்குத் தெரியவில்லை!

வில்லின் விலாசத்தை
விசாரித்துக் கொண்டிருந்தால்
அதிலேயே என்
காலம் முழுவதும்
கரைந்து விடும்! ஆதலினால்
குறி வைத்த இடத்தையே
நான்
குறிப்பாகத் தேடுகிறேன்...

○

சரியான குறியென்றால்
சட்டென்று பாய்ந்திடுவேன்!
இல்லையென்றால்
வில்லின் இலக்குதனை
விட்டு விட்டு விலகி
நானே குறி பார்த்து
நடை போடத் தொடங்கிடுவேன்...

○

நியாயத்தின் வழிகளிலே
நெடுஞ் சுவராய் நிற்கின்ற

சில பேரைக்
குத்திக் கிழிக்காமல்
என்
குமுறல் அடங்காது!

அப்பாவி மக்கள் தமை
அழுத்தி அமர்ந்திருக்கும்
முரட்டு மலைகளினை
மோதித் தகர்க்காமல்
என்
வேகம் குறையாது
தாகம் தணியாது!

அம்பு நான் புறப்பட்டு
ஆண்டு பல ஆகிறது...
என்னைச்
செலுத்திய வில்லிருக்கும்
திசை எனக்குத் தெரியவில்லை!

ooo

காட்சி

திரைகளை விலக்கி
ஒரு பார்வை பார்த்து விட்டு
ரதங்கள் போயின
ராஜ வீதிகளில்...
எங்கள் முகங்கள்
நசுங்க நசுங்க...

திரைகளை விலக்கி
ஒரு பார்வை
பார்த்துவிட்டு
ரதங்கள் போயின
ராஜ வீதிகளில்!

சாட்சி

எட்டிப் பாருங்கள்
இதயத்தில் இருக்கிற
காயங்களை!
உங்கள் முகம் கூட
உள்ளே தெரியலாம்!

ஒரு கணையாழியின் கதை

நினைவுகள் இப்போது
நீச்சல் குளத்தில்...
காயம் பட்ட
கனவுகளும்
ஒரு
கணையாழியும்
கை வசத்தில்!

சகுந்தலையே
நீயாவது
சௌக்கியம் தானா?

O

என்
இதயம் முழுவதும்
மலர்களைக் குவித்தது
நெருப்பு மூட்டுவதற்கா?

O

உங்கள் ராஜ சபைகளில்
சிம்மாசனத்தில்
உட்கார வைத்துத்தான்
சிரச்சேதம் செய்வீர்களோ?

○

துஷ்யந்தன் துடித்திருக்க
சகுந்தலை மறந்துபோன
சாகுந்தலம்
இது
காளிதாசன் கூட
கற்பனை செய்யாதது...!

மோதிரம் என் விரலில்
முனகுகிறது
மௌன சாட்சியாய்!

○

என் கண்களில்
இந்த
நீராடை......
எந்த
ஊமைக் காயத்திற்கு
உடுத்துவதற்காக?

○

காதலை நீ
கை கழுவிய பிறகுதான்
என்னுடைய
கை விரலுக்குக்
கணையாழி போட்டாயோ?

O

குடிசையின் முன்னே
தவித்த செடிகளுக்குத்
தண்ணீர் ஊற்றினாய்

என் கவிதைச் செடிக்கு மட்டும்
ஏன்
கண்ணீர் ஊற்றினாய்?

O

விரலில் மோதிரம்
வீற்றிருக்கிறது
மனதில் போட்டிருந்த
நாற்காலியைத்தான்
மடக்கி வைத்து விட்டேன்!

இருந்தாலும்
நினைவுகள் இப்போது
நீச்சல் குளத்தில்
காயம் பட்ட
கனவுகளும்

மு. மேத்தா

ஒரு கணையாழியும்
கைவசத்தில்!

சகுந்தலையே
நீயாவது
செளக்கியம் தானா?

○○○

அறிமுகம்

நெருப்புத்தான் நான்!
என்னை
நெருங்காதீர்!
நானின்றி உங்களது
பருப்புத்தான் வேகாது!

O

என்னோடு
விபரீதமாய் யாரும்
விளையாடிப் பார்க்காதீர்!

O

நாக்கை நான் நீட்டினால்
நடுங்காத பொருள் உண்டோ?

O

மூங்கில் எனது
மேள வாத்தியம்!

சாம்பல் என்னுடைய
வெற்றியின்
சாட்சியம்!

O

அன்போடு என்னை
அணுகினால் உம் வீட்டில்
அகல் விளக்காய் நானிருப்பேன்

பசியோடு என்னைப்
பார்த்தாலோ
அடக்கமாய் உம் வீட்டின்
அடுப்புக்குள் நான் சிரிப்பேன்!

O

என்னைக்
காகிதத்தில் பொட்டலமாய்க்
கட்டி எடுத்துங்கள்
பைக்குள்ளே வைப்பதற்குப்
பார்க்காதீர்!

பையும் எரியும்
என்னைப்
பைய எடுத்த உங்கள்
கையும் எரியும் அந்தக்
காகிதமும் சேர்ந்தெரியும்!

OOO

புனித மண்...

பரிதாபப்பட்டு யாரும்
பத்திரப்படுத்த வேண்டியதில்லை
சுதந்திர நினைவுகள்
சுகமாகவே உள்ளன.

O

பள்ளிப் பிள்ளைகளின்
பாட நூல்களில்
தடித்துக் கொழுத்த
சரித்திரத் தாள்களில்
பட்டொளி வீசிப்
படபடத்துப் பறக்கும்
பதாகை நிழல்களில்
சுதந்திர நினைவுகள்
சுகமாகவே உள்ளன!

O

மனசுகள் மட்டும் தான்
மரணப் படுக்கையில்!

○
புனித மண் என்று
இப்போது
கைகளால் எடுத்து
எதை
கௌரவிக்கிறார்களோ
அதைத்தான் இது வரை
கால்களால் மிதித்துக்
காயப்படுத்தினார்கள்!

○
இந்தியத் தாயே!
இந்தியத் தாயே!
இரத்தத்தில் பெற்ற
சுதந்திரக் குழந்தையை
வெறும்
சத்தத்தில் வளர்ப்பதற்கு
சத்தியாக்கிரகம் செய்யாதே!

மண்ணைச் சேகரிப்பதை விட
உனக்கொரு
மகத்தான பணியுண்டு
மனிதர்களைச் சேகரிப்பாய்
நல்ல
மனிதர்களைச் சேகரிப்பாய்!

○○○

கவனம்

நிற்பதற்கு
நேரமில்லை
என்னை
ஓட ஓடத் துரத்துவது
எதிரிகளல்ல
நான்தான்!

பயணம்

எனக்கு முன்னே
எவனோ போயிருக்கிறான்
எனக்குப் பின்னே
எவனோ
வந்து கொண்டிருக்கிறான்
இருந்தாலும்
இங்கே
இப்போது
இந்தப் பாதையும்
நானும்!

சுமைதாங்கி

ஊர் நடுவே நீயிருப்பாய்
ஒவ்வொருவர் சுமைகளையும்
தான் வாங்கி ஓய்வளிப்பாய்
தலைசாய்க்க இடம் கொடுப்பாய்!

O

எத்தனையோ மனிதருக்கு
இளைப்பாறும் இடமாக
எத்தனையோ பாரங்களை
இறக்கி வைக்கும் தடமாக
அசையாமல் தளராமல்
ஆடாமல் ஜடமாக
ஊர் நடுவே நீயிருப்பாய்!

O

வெய்யிலுக்குக் குடை வேண்டி
விண்ணப்பம் அனுப்பாமல்

மழை வந்தால் கரையாமல்
மனம் நொந்தால் கலையாமல்

ஊர் நடுவே நீயிருப்பாய்
ஒவ்வொருவர் சுமைகளையும்
தான் வாங்கி ஓய்வளிப்பாய்
தலை சாய்க்க இடம் கொடுப்பாய்!

O

தலையில் சுமை எதுவும்
இல்லாத வேளைகளில்
உனக்குத்
தனிமை - சுமையாகும்!

O

ஒரு சிலரே
நெஞ்சு நெகிழ்ந்துன்னை
நினைப்பார்கள்
வேறு பலர்
ஒட்டி உரசி விட்டு
ஒதுங்கி நடப்பார்கள்!

O

கல்லாய் உனை மற்றோர்
காண்கின்றார்
நான் இந்தக்
கல்லுக்குள்ளும் ஏதோ
கசிவதனை உணர்கின்றேன்....

○
சுமைதாங்கிக் கல்லே உன்
சோகமென்ன?
உனக்குள்ளும் சுமையுண்டு
உணர்ந்தவர்கள் யாருண்டு?

உன்னுடைய சுமை இறக்கி
ஒரு பொழுது வைப்பதற்கு
எந்த மனம் இடம் கொடுக்கும்?
என்று இதன்
விடை கிடைக்கும்?

○○○

எனக்குள் நான்

இன்னும்
எத்தனை நாள் என்ற போதும்
காத்திருக்கிறேன் - அதுவரை
என்ன இங்கு நடந்த போதும்
பார்த்திருக்கிறேன்...

ஆசை கொண்டு மடியில் வானை
அள்ள முடியுமா? - எவரும்
ஆள் திரட்டி நிலவை மண்ணில்
தள்ள முடியுமா?

இன்னும்
எத்தனை நாள் என்ற போதும்
காத்திருக்கிறேன் - அதுவரை
என்ன இங்கு நடந்த போதும்
பார்த்திருக்கிறேன்!

● ●